Mtoto Yesu... Masihi!

kama ilivyosimuliwa na Janice D. Green
kimechorwa na Violet V. Vandor

Honeycomb Adventures Press, LLC

Published by Honeycomb Adventures Press, LLC,
PO Box 1215, Hemingway, SC 29554.

http://honeycombadventures.com

ISBN: 978-0-9820886-5-4
Text © 2021, 2020, 2012 by Janice D. Green
Illustrations © 2021, 2020, 2012, 2011 by Violet Vandor
translated by Goodluck Gabriel (Fiverr)

Mtoto Yesu… Masihi! ni kitabu cha picha za rangi kuhusu Krismasi ya kwanza. Kitabu cha kupaka rangi, Mtoto Yesu… Masihi!: Paka rangi picha zako, pia kinapatikana.

Marejeo ya biblia ndani ya kitabu hiki sio nukuu, bali ni kutokana na kumbukumbu zilizoandikwa na mwandishi ili kuwasaidia watoto kuelewa matukio ya Biblia juu ya kuzaliwa kwa Yesu Kristo.

Haki zote zimehifadhiwa. Ni marufuku kuzalisha tena au kutuma sehemu yoyote ya kitabu hiki kwa namna yoyote au kwa njia yoyote, ya kielektroniki au kimekanika, ikiwa ni pamoja na kutoa nakala, kurekodi au kwa kutumia mfumo wowote wa kuhifadhi taarifa bila kuwa na ruhusa ya Mchapishaji, isipokuwa pale inaporuhusiwa na sheria.

Mtoto Yesu . . .

Masihi!

Masihi. Mungu aliahidi kumtuma Masihi, mfalme mkuu, kwa Wayahudi na walikuwa wakimsubiri. Walikuwa wakimsubiri kwa mamia ya miaka. Mungu aliwachagua Wayahudi kama watu wake wa kipekee. Wayahudi walipomwabudu Mungu kwa uaminifu walikuwa taifa kubwa. Lakini walikuwa dhaifu walipomsahau Mungu.

Serikali ya Kirumi iliwatawala Wayahudi walipokuwa wadhaifu. Wanajeshi wa Kirumi waliwanyanyasa. Wayahudi walimsubiri Masihi aje ili aweze kuwafukuza Warumi nje ya Yudea.

Muda sio mrefu Masihi alikuja, kama mtoto mdogo.

Unajisikiaje kama mtu akikunyanyasa? Ni mfalme wa aina gani unafikiri Mungu angemtuma kwa watu wake wa pekee?

Zakaria na mke wake Elizabeth walikuwa wakimsubiri Masihi. Walikuwa ni wazee sana na walikuwa hawana mtoto. Siku moja Zakaria alikuwa mwenyewe Hekaluni mwa Mungu, Mungu alimtuma malaika aliyeitwa Gabriel kwake. Malaika alisema Elizabeth atapata mtoto wa kiume na wanatakiwa kumuita Yohana.

"Yohana akikua mkubwa," Gabriel alisema, "atawasaidia watu kuwa tayari kwa ajili ya Masihi."

Zakaria hakumuamini Gabriel. Alifikiri kwamba Elizabeth alikuwa amechelewa kupata mtoto. Zakaria alimuuliza Gabriel amuonyeshe ushahidi kuwa ujumbe wake ni wa kweli.

Gabriel alimwambia Zakaria kwamba kwasababu hakuamini ujumbe wa Mungu, asingeweza kuongea neno lolote mpaka baada ya mtoto Yohana kuzaliwa.

Kama mtu angekwambia kwamba mwanamke mzee angepata mtoto, je ungeamini? Unafikiri Zakaria alimwambiaje mke wake kuhusu ujumbe wa malaika bila kuweza kuzungumza?

Elizabeth alikuwa na binamu yake mdogo aliyeitwa Maria ambaye alikuwa amechumbiwa na mwanaume aliyeitwa Yusufu. Waliishi katika mji wa Nazareti. Miezi sita baada ya malaika Gabriel kumtembelea Zakaria, Mungu alimtuma Gabriel kwenda Nazareti na ujumbe wa Maria.

Gabriel alimwambia Maria kwamba Mungu atampa mtoto wa kiume na mtoto huyo atakua Masihi! Maria aliuliza, "Nitawezaje kupata mtoto na bado sijaolewa?" Gabriel alisema Roho wa Mungu angempa mtoto. Maria alifurahi kusikia angekuwa mama wa mtoto aliye mfalme wa Mungu.

Je umewahi kuchaguliwa kufanya kazi maalumu? Ulijisikiaje?

Gabriel alimwambia Maria kwamba binamu yake mkubwa Elizabeth pia atapata mtoto wa kipekee. Hivyo Maria alisafiri mbali kwenda kumtembelea Elizabeth.

Elizabeth aliposikia sauti ya Maria, mtoto wake aliruka ndani ya tumbo lake! Elizabeth alisema, "Umebarikiwa kuliko wanawake wote! Kwanini wewe mama wa Mungu wangu, umekuja kunitembelea? Umebarikiwa kwa kuamini ujumbe wa Bwana kwako."

Je, ni kwa namna gani Maria na Elizabeth walikua wakifanana? Kwanini unafikiria Maria alienda kwa Elizabeth? Ni nani unataka kumuona unapokuwa na habari njema ili kumshirikisha?

Maria alikaa na Elizabeth kwa miezi mitatu. Ulikuwa ni muda wa kutosha kwa Maria kumsaidia Elizabeth mpaka mtoto Yohana alipozaliwa. Biblia haisemi kama Maria alimuona mtoto Yohana.

Wakati Maria alipokaa na Elizabeth, mtoto Yesu alikuwa akikua ndani yake. Mpaka muda aliporudi Nazareti, watu waliweza kuona kwamba alikuwa anaelekea kupata mtoto. Walifahamu kwamba Maria hakuwa ameolewa. Yusufu hakuelewa. Je, bado amuoe?

Ulishawahi kusemwa vibaya wakati haujafanya kosa lolote? Ulijisikiaje? Unadhani Maria alijisikiaje pale watu walipomtazama na kunong'ona maneno mabaya kuhusu yeye?

Yusufu hakujua afanye nini.

Mungu alimtuma malaika kwake katika ndoto. Malaika alisema kwamba mtoto wa Maria alikuwa Mtoto wa Mungu. Malaika alimwambia Yusufu asiogope kumuoa. Alisema wamuite mtoto Yesu.

Hivyo Maria na Yusufu walifunga ndoa wakijua kwamba mtoto wao Yesu angekuwa wa kipekee.

Je, umeshawahi kuhisi kwamba Mungu anataka ufanye jambo fulani? Ni njia gani ambazo Mungu anaweza kuzitumia kuzungumza na sisi?

Mtawala wa Kirumi Kaisari Augusto alitaka watu wote wahesabiwe. Alisema kila mtu ni lazima arudi katika mji ambao mababu zake waliishi mamia ya miaka iliyopita. Kaisari Augusto alitaka kuhesabu watu wangapi wanaishi katika milki ya Kirumi.

Hii ilimaanisha kwamba Maria na Yusufu watalazimika kusafiri kwenda Bethlehemu ambapo mababu zake Yusufu waliwahi kuishi ili ahesabiwe. Mfalme Daudi alikuwa ni mmoja kati ya mababu zake Yusufu.

Maria alichoka. Muda wa kuzaa mtoto wake ulikuwa umekaribia. Bethlehemu palikuwa ni maili sabini kutoka Nazareti. Inawezekana walikuwa na punda tu. Vinginevyo, iliwalazimu kutembea.

Unadhani Maria ya Yusufu walijisikiaje kulazimika kutembea au kupanda punda kwa siku kadhaa? Je, unaweza kukumbuka wakati ambapo ulikuwa umechoka sana lakini haukuweza kusimama na kupumzika?

Maria na Yusufu walipofika Bethlehemu waliona watu wengi wakikimbia kutafuta mahali pa kukaa. Wao pia walikuja Bethlehemu kutoka miji mingine ili wahesabiwe.

Maria na Yusufu walikosa chumba cha kukaa usiku. Walitafuta na kupata sehemu ambapo wanyama walikuwa wakifugwa, na wakajitahidi kukaa hapo hapo kadri walivyoweza.

Je, ulishawahi kuwa safarini na baba au mama na hawakuweza kupata mahali pa kukaa na ilikuwa ni usiku sana? Je, ungefanya nini kama usingepata sehemu ya kulala usiku?

Yesu alizaliwa katika zizi la wanyama. Maria alimfunga mtoto na vipande vya nguo. Mtoto Yesu alihitaji kitanda kwa hiyo Maria alimtengenezea nafasi katika hori. Hori lilikuwa limejaa majani ya kula wanyama.

Majani yanachoma, na inawezekana kulikuwa na wadudu ndani yake. Lakini Maria na Yusufu hawakuwa na sehemu nyingine ya kumuweka mtoto Yesu. Wanyama watakuwa walishangaa kwanini mtoto analala katika hori lao.

Je, ulishawahi kutembelea banda ambalo ng'ombe na farasi wanakaa? Je, ungetaka kumuweka mtoto ndani ya sehemu ng'ombe wanalala? Je, unafikiria Maria na Yusufu walilala wapi?

Usiku ambao mtoto Yesu alizaliwa, wachungaji walikuwa wakichunga kondoo kama walivyofanya kila siku usiku. Lakini usiku huu ulikuwa ni wa tofauti.

Malaika waliwatokea na kulikuwa na mwanga kila sehemu. Wachungaji waliogopa, lakini malaika aliwaambia, "Msiogope. Nina habari njema kwa watu wote. Masihi wenu amezaliwa usiku huu. Mtamkuta mtoto amelazwa katika hori huko Bethlehemu." Kisha malaika wengi zaidi walijaa angani na kumsifu Mungu!

Je, unafikiria ungejisikiaje kama ungekuwa moja ya wachungaji ambao walisikia ujumbe kutoka kwa Mungu? Ni mara ngapi Mungu alitumia malaika kufikisha ujumbe katika hadithi hii ya Biblia?

Wachungaji waliharakisha kwenda Bethlehemu na kumkuta mtoto Yesu akiwa amelala katika hori—kama vile malaika alivyosema. Hawakuweza kuvumilia, waliwahi na kwenda kumwambia kila mtu kuhusu kilichotokea.

Siku hizo wachungaji walikuwa wanaonekana sio wa muhimu. Waliishi na kondoo. Walikuwa na harufu mbaya kwa sababu hawakupata muda mwingi sana wa kujisafisha.

Lakini Mungu alijua wachungaji walikuwa ni wa thamani. Mungu aliwachagua wachungaji kuwa watu wa kwanza kumuona Masihi na kusambaza habari hizo njema. Tunajiuliza leo ni watu wangapi waliwaamini.

Unafikiri wachungaji walijisikiaje walipomuona mtoto Yesu? Kama ungekuwa mmoja kati ya wachungaji, je ungetaka kumbeba Yesu, au ungehisi wewe ni mchafu sana kumbeba mtoto Masihi?

Mamajusi waliokuwa mbali wakisoma nyota. Usiku mmoja waliona nyota isiyo ya kawaida. Kwa sababu ya nyota hii ya kipekee, walifahamu kuwa Masihi wa Wayahudi alikuwa amezaliwa. Mamajusi walitaka kumuabudu, kwa hiyo walipanga kusafiri mamia ya maili kwa ngamia ili kufika Judea.

Walikwenda Jerusalemu, mji mkuu wa Judea, kuulizia ni wapi alipokuwa mfalme mpya, lakini hakuna mtu aliyekuwa na jibu la swali lao. Makuhani walitazama katika maandiko na kuona kuwa nabii Mika alisema Masihi angezaliwa katika mji mdogo wa Bethlehemu.

Umesafiri na familia yako umbali kiasi gani? Ingekuwaje kama ungelazimika kusafiri kwa ngamia?

Mamajusi walifanya haraka kwenda kwenye mji wa Bethlehemu kumtafuta mtoto mfalme. Ni furaha sana! Walipotazama juu angani na kuona nyota ya kipekee waliyoiona miezi kadhaa iliyopita. Sasa nyota hiyo ilitangulia mbele yao ili waifuate, ikasimama juu ya nyumba Maria na Yusufu walipokuwa na Yesu walipokuwa. Kama watoto wote Yesu alikua wakati mamajusi waliposafiri mbali kuja kumuona.

Mamajusi walipomuona Yesu, waliinama chini na kumuabudu. Walimpa mfalme huyu mdogo zawadi za thamani za dhahabu, ubani na manemane.

Watu walijiuliza mtoto Yesu, Masihi, angekuwaje pale angekuwa mwanadamu? Je, angewalazimisha Warumi kutoka Judea? Miaka 30 ilipita kabla ya Yesu kuanza huduma yake ndani ya Judea. Wengi walimpenda, lakini wengine walimchukia.

Zawadi ambazo mamajusi walizileta kwa Yesu zilikuwa ni zawadi za kwanza za Krismasi. Je, katika Krismasi tunasherekea siku ya nani ya kuzaliwa? Je, tunawezaje kutoa zawadi kwa Yesu katika siku yake ya kuzaliwa?

Kitambaa cha Kwanza cha Biblia cha Krismasi – Shughuli ya Familia

Washirikishe watoto wako furaha yako kuhusu hadithi hii ya Krismasi kwa kuwasaidia kutengeneza sketi ya Krismasi ya rangi za kuchora, kitambaa cha mezani, cha kuning'iniza ukutani, au kitambaa cha urembo.

Kurasa za kupaka rangi unazoweza kupakua kutoka katika kitabu hiki zinaweza kuchorwa katika kitambaa cha pamba kwa kutumia kalamu. Kisha wewe na mtoto wako mnaweza kuvipaka rangi na kalamu za rangi (Crayola TM ni nzuri zaidi). Kwa kutumia pasi ya moto, kandamiza picha zilizopakwa rangi katikati ya taulo za karatasi ili kutoa nta(wax) na kuweka rangi katika kitambaa kukamilisha kitambaa chako cha juu cha urembo. (Kwa maelezo kamili tazama www.biblequilts.com) Pakua faili la PDF https://honeycombadventures.com/swahili-links/ **Neno la siri: Swa123**

Vitambaa vya Biblia kwa ajili ya Vitanda vya Watoto

Fikiria kitanda cha mtoto kingekuwa kimefunikwa na kitambaa cha urembo chenye matukio kutoka katika hadithi za Biblia. Fikiria mtoto akionyesha picha hizo na kuomba kusikia hadithi ya Biblia tena. Haya ndiyo malengo ya BibleQuilts.com, blogu nyingine dada ya Honeycomb Adventures Press, LLC

Vitabu vya kupaka rangi vya Honeycomb Adventures vimetengenezwa vikiwa na lengo la vitambaa vya urembo vya Biblia kichwani. Vitabu hivi ni vitabu vya picha vya "kupaka rangi mwenyewe" ambavyo vina maneno ya hadithi upande wa kushoto na kurasa ya kupaka rangi kulia katika kila kurasa. Kurasa pia unaweza kuzipakua kutoka katika link zilizopo katika vitabu hivyo na vinaweza kutumika kufundishia darasani au kutengenezea vitambaa vya urembo vya Biblia.

Kuhusu mwandishi

Janice D. Green alistaafu kama msimamizi wa maktaba ya msingi ili kuandika vitabu. Amechapisha vitabu vitatu vya watoto vya hadithi za Biblia na kuweka katika miundo mitatu, vitabu vya picha za rangi, vitabu vya kupaka rangi, na vitabu vya mtandaoni (ebooks). Anapenda sana kukuza ufahamu wa Biblia kwa kusimulia hadithi kwa namna ambayo watoto wataelewa na kufurahia, na wazazi watajifunza kwa kuzisimulia pia.

Kuhusu mchoraji:

Violet V. Vandor amekuwa akivutiwa na ulimwengu wa sanaa na uandishi tangu alipokuwa mdogo. Amechapisha zaidi ya vitabu 50 Romania, Hungary, Marekani, Canada na Uingereza. Mnamo 2016-2018 alishiriki katika shindano la kimataifa Japan ambapo alipata Diploma 7 kwa uchoraji wa vitabu, graphics, picha na riwaya za fantasia. Kitabu chake cha "The Three Stone Roses"(Mawe Matatu ya Waridi), kimeigizwa tangu 2018 kwa mafanikio makubwa na waigizaji wa Deva Art Theater. Mnamo mwaka 2020 alianza kuchapisha jarida la mtandaoni la bure la Pinky Elf's Realm kwa ajili ya watoto wasiojiweza. Limechapishwa kwa lugha ya Kihungaria na Kiromania. Tovuti yake ni http://violetvandor.simplesite.com/

www.ingramcontent.com/pod-product-compliance
Lightning Source LLC
Chambersburg PA
CBHW060531010526
44110CB00052B/2566